அவள் அன்பில் அடங்குதே...!

ஹரிஸ் வெங்கடேஸ்

AF517067

aelay
publish

aelay
publish

அவள் அன்பில் அடங்குதே...!
கவிதை
ஆசிரியர் : ஹரிஸ் வெங்கடேஸ் ©
முதல் பதிப்பு : நவம்பர் 2023
ஏலே பதிப்பகம்
5/175, பாத்திமா நகர், கூத்தென்குழி,
திருநெல்வேலி - 627104
தொடர்புக்கு : +91 9944992571

Aval Anbil Adanguthey..!
Poetry
by - © Harish venkatesh
First Edition : November 2023

ISBN : 978-81-19332-57-1
Aelay Publish
Contact : +91 9944992571
Designed by : Aelay publish team

அட்டைப்படம் :
தோழன் சேது & தோழி மதுமிதா

என் உரை

"காதல்"- சிலருக்குப் பிடித்த சொல்,சிலருக்குப் பிடிக்காத சொல், சிலருக்குப் பிடித்த பிடிக்காத சொல்.ஆனால்,எனக்கோ என்னைப் பிடித்த சொல்.ஆம்,காதல் இல்லாத மனிதன் கற்காலத்தில் வாழ்வதே கடினம்,அவ்வாறெனில் கலியுகத்தில் மட்டும் எப்படி முடியும்.இதில் நான் மட்டும் என்ன விதிவிலக்கா?

அந்த,என்னைப் பிடித்த காதல் எனக்குள் ஏற்படுத்திய சுகமான வலிகளே இங்கு சுலபமான வரிகளாக வந்துள்ளது.ஆம், ஒருதலைக் காதல்,இருதலைக்காதல் முதற்கொண்டு நரைதலைக்காதல் வரை இந்த புத்தகம் சுமந்து கொண்டிருக்கிறது...

இங்கு சுமந்து வரும் காதலை சுற்றிப்பார்த்து மகிழுங்கள்...

இப்படிக்கு,
வாசிப்பை விரும்பும்
தலைமுறையின் கடைக்குட்டி

வாழ்த்துரை

"அவள் அன்பில் அடங்குதே..."

- ஹரிஸ் வெங்கடேஸ்

*கருப்பு ரோஜாவில்...
"கருப்பானவள் எல்லாம்
ராட்சசி என்றால்
அழகின் ராட்சசி" அவளே!

என்ற கவிதையில் உலகின் அழகி
"கிளியோபட்ரா"அவளோ கருப்பழகி என்பது உலகில்
பலருக்குத் தெரியாது, அதனை அழகாகப் புரிய
வைத்துள்ளீர்கள்.

*எழுதத் தொடங்கினேன்

என்ற கவிதையில்

"எழுதி முடித்தேன்... படித்து பார்த்தேன்... இருந்தது
நனைந்த காகிதமே! இக்கவிதையினை படித்த போது
நானும் நனைந்தேன்..!

*சீக்கிரம் ஒரு கவிதை
வேறு என்ன எழுத?
"உன் பெயர் தான்..."

*காதலர் தின
கவிதைப் போட்டியில்
நான் இரண்டாம் பரிசு
கவலை வேண்டாம்

“நான் உங்களுக்கு முதல் பரிசு…” சொல்ல வார்த்தைகள் இல்லை…

*புருவம் கவிதையில்…
குற்றால அருவியும்
கொடைக்கானல் குளிரும்
நீ சொன்ன காதல் வார்த்தையில்
நிஜமாகிப் போகுதடி…

இப்படி அடுக்கிக் கொண்டே போகலாம், என் அருமை மாணவனின் கவிதையினைப் பற்றி… பெற்ற மகனின் பாராட்டைக் காட்டிலும் கவிதை எழுதிய என் கவிமகனைப் பாராட்டுவதில் மற்றற்ற மகிழ்ச்சி அடைகிறேன்…

வாழ்த்த வயதில்லை…
வணங்கிக் கொண்டே இருக்கும்
உன் தமிழாசான்

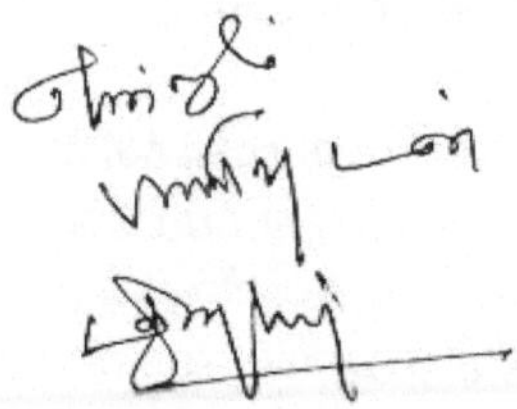

முனைவர் ப.தினகரன்

தமிழ்த்துறைத் தலைவர்
கொங்கு கலை அறிவியல் கல்லூரி (தன்னாட்சி)
நஞ்சனாபுரம், ஈரோடு-638 107

தகப்பன் சாமி

நாலு ஜான் வயித்துக்கு
நாள் முழுசும் அலைஞ்சவரு
கைப்பிடிச்சு நடக்க வச்சு
கால் கடுக்க உழைச்சவரு...

கருவறை சாமிய பார்க்கவே
கழுத்துக்கு மேல தூக்கி வச்சவரு
தான் காணாத சாமியக் கூட
நான் காண வெச்சவரு...

சூதுவாது தெரியாதவரு
சூட்சமங்கள் பழகாதவரு
சூழ்நிலையை புரிஞ்சுகிட்டு
சுறுசுறுப்பாக இருந்தவரு...

பென்சில் மீச வரைய
பொம்மையானவரு
நான் பேனா எடுத்து எழுத
காரணமானவரு...

நாலு பேரு மதிக்கல
நாலெழுத்து படிக்கல
கைத்தொழில் ஒன்னு கத்துக்கிட்டே
எங்க கவலை மறக்க வச்சவரு...

நிற்காமல் சுத்தும் பூமியே
உன் உழைப்புக்கு ஒப்பாகும்!
நீ சிந்திய வியர்வையே
நான் உண்ணும் உணவுக்கு
உப்பாகும்!

முதல் போட்டு எழுதாத
கவிதை இது

உமக்கு
முதலாக எழுதுகிற கவிதை
இது!

பெத்தவளுக்கு...

சிப்பியாக நீ இருந்து
முத்தாக எனைத் தந்த
சிறுவாட்டுக் காசுலையே
சீனி பிஸ்கட் வாங்கி தந்த – எங்க
சிரிப்பிலேயே அழகு பாத்த!

உலகம் எனும் காகிதத்தில்
என்னை எழுதியவளே
உனக்கு எழுத கவிதை தவிர
வேறேதும் தெரியல
இந்த வயதில்

கோசலை மாதிரி
யசோதை மாதிரி
அம்மா வேணும்னு ஆசையில்ல
ஏனெனில், அவையெல்லாம்
மாதிரியே
ஆனால், எனக்கோ
அசல் மட்டும் போதுமம்மா
நீ மட்டும் போதுமம்மா!

உப்பு போட்டு
நீ தந்த உணவுக்கு
சொரணையோடு நான் எழுதிய
சொந்தமான கவிதை இது!

படிச்சுப் பார்த்து விமர்சனத்த
கத்திச் சொல்லு!
வீண் வாய் பேசும் ஊர்சனத்தை
விட்டுத்தள்ளு!

நன்றிகள்

அன்னம் ஊட்டிய அன்னைக்கும்
ஆளாக்கிய தந்தைக்கும்
அறிவு சேர்த்த ஆசிரியர்களுக்கும்
நட்பு பாராட்டிய கல்லூரி தோழர் தோழிகளுக்கும்
மேலும்
ஒத்தாசை புரிந்த அனைவருக்கும் நன்றிகள் பல...

இது காதலர்களின் பக்கங்கள்

கருப்பு ரோஜா

அழகுக்கு
முகவரி அவள்

நிலவுக்கு
எதிர்மறை அவள்
வண்ணத்தில் மட்டும்!

அனைவருக்கும் இருளில்
கனவு வரும்
ஆனால், எனக்கோ
இருளே கனவாய் வந்தது...

இருளில் வந்த அருள்
அவள்!

புருவ நிறமே உருவநிறம்
அருவமானவனும் ஆசை கொள்ளும்
அழகின் இதம்...

வெள்ளையானவள் எல்லாம்
தேவதை என்றால்
விதவையும் தேவதையே!

கருப்பானவள் எல்லாம்
ராட்சசி என்றால்
"அழகின் ராட்சசி" அவளே!

கதிரவனிடம் சற்று
கவனமாகவே இரு
அவன் பார்வை அளவுக்கு
அதிகமாகவே பட்டுவிட்டது

நிலவிடம் இருந்தும்
விலகியே இரு
அவன் ஒளிக்காக உன்னை
உபயோகித்து விடுவான்

நிந்திப்பவர்களை பற்றி சிந்திக்காதே
உன்னைப் பற்றியே சிந்திக்கும்
என்னையும் நிந்திக்காதே!

ஒப்பனைகளெல்லாம் உனக்கெதற்கு?
அழகின் உவமையானவள் "நீ"
உன் ஒப்பனை பொருட்கள்
விற்பனையில் உண்டா?

யார் சொன்னது
உனக்கான மலர்
உலகில் உவமை என்று!
அது உவமை அல்ல உண்மை

அதுதான்...,

எழுதத் தொடங்கினேன்

எழுதத் தொடங்கினேன்

கனவுல வந்தவள
கவிதையில வர வைக்க
உட்கார்ந்தா
கவிதையா வந்தவ
கண்ணுக்குள்ள குழிவெட்டி
கண்ணீரையும் வரவைச்ச

எண்ண எண்ண
தித்திக்கும்
உன் நினைவு
சக்கரையே!
கைவிட்டு போனாலும்
குறையாது
உன் மீதான என்
அக்கறையே!

மழையாக வந்து
மனசையும் குளிரவச்சவ
அலையாக வந்து
அனைத்தையும் கொண்டு சென்றாள்..

முத்தமிட்ட
இதழ்கள் எல்லாம்
உன் முகவரியை தேடுகின்றன
பதித்துவந்த
கால்தடத்தையே என்
கருவிழிகள் நாடுகின்றன...

கதையடித்த நேரமெல்லாம்
நெஞ்சில் கனமாகி போகுதடி
சிரித்த சிரிப்பெல்லாம்

சிலுவையில் அறையுதடி...

எழுதி முடித்தேன்
படித்துப் பார்த்தேன்
இருந்தது நனைந்த காகிதமே!
புரிந்து கொண்டேன்
வந்தது கவிதையல்ல
என் கண்ணீர் என்று...

இப்படிக்கு
உனக்காக துடிக்கும்
இதயத்தில் ஒன்று

அந்த நிமிடம்

இயற்கையின் திருவிளையாடல்
எதிர்ச்சியாய் என் பக்கம்
திரும்பிய அந்த நிமிடம்

வசந்தத்தின் வருடலை
அவளுக்கு
வாரிக்கொடுத்த அந்த நிமிடம்

என் சொற்கள்
அவளுக்கு விற்பனையாயின
அவள்
இதழே எனக்கு
தட்சணையாயின

அந்த நிமிடம்

என் நாவின்
ரேகைகளை அழித்துவிட்டாள்
எனை எனக்கே
திருப்பிக் கொடுத்து விட்டாள்

அந்த நிமிடம்
சாட்சிக்கு,

மலர்ந்த மலர்களும்
வியர்த்த நுதழ்களும்...

நான் உன்னை
எதனோடு ஒப்பிட்டாலும்
போதும்! போதும்!
என்று வெட்கத்தோடு "சொல்"...
"வேண்டாம்" என்று மட்டும் வெறுத்து விடாதே!
ஆனால்
என் காதலில் மட்டும்
இந்த இரண்டில் எதைக்கூறியும்
அணை போட்டு விடாதே!

சாளரத்தின் வழியே
சாஷ்டாங்கமாய் வரும்
காற்றிடம் எத்தனை முறை
ஏமாந்திருக்கிறேன் தெரியுமா?

நீதான் அழைத்தாய் என்று...

நான்
ராவணன் தான்
நீ அருகிலிருந்தும் அரவணைக்காமல் துடிக்கிறேன்
ஆனால்
நான் ராமன் இல்லை,
சந்தேகம் என்ற ஒன்று சிந்தையிலும்
உதிக்காது

நான்
ராவணனும் இல்லை
வஞ்சகம் பிடித்த நெஞ்சத்தவனாய்
ஆனால்
நான் ராமன் தான்
"ஒரே இல்" என்று வாழும்
ஒருவன்

சரி, நான்
குழப்பத்தில் குழம்பி திரிந்தாலும்
குமரி நீ
என்றும் சீதையே!

மோட்சம் பெற்ற
எத்தனையோ பெயர்களுக்கு
மத்தியில் என் பெயரும் இணைந்தது

உன் உதட்டில்
இருந்து உச்சரித்து வந்ததால்...

நான் கவிதைகளை
நேசிப்பவன் என்று
இறைவன் அறிந்திருக்கிறான்

அதனால் தான்
உன்னை என்னுடன்
சேர்த்து வைத்திருக்கிறான்

இறைவனுக்கு நன்றி

என்றும் நான்
கவிதை எழுதுகிறேன்
மாறாக
“நீ கவிதை எழுதித் தா” என்றேன்

பயத்தில்
கண்ணீர் கசிந்த
வெறும் காகிதத்தை நீட்டினாய்

“ கவிதை அற்புதம்” என்றேன்
என்ன? என்றாய்

உன் காய்ந்த
கண்ணீர் சுவடுகளே
கவிதையை கண்ணாடியாய்
காண்பிக்கிறது ...

பேனா மையை மிச்சப்படுத்துவதில்
நீ “கெட்டிக்காரி” தான்

கரும்புத் தோட்டத்தைப் பார்த்துவிட்டு
எனக்கும் கரும்பு
வேண்டும் என்றாய்

ஆசையாய் வெட்டிக் கொடுக்க
ஆர்வமாய் நீ தின்கிறாய்
நானும் கூட சேர்ந்து தின்றேன்

பிறகு
கோபித்துக் கொண்டாய்

தித்திக்கும்
என் இதழ் இருக்க
சக்கையை சுவைக்கிறேன் என்பதற்காக!

உன்னை பார்ப்பதற்கு முன்
வேறு எந்த பெண்ணையும்
ஏறெடுத்து பார்த்ததில்லை

ஆனால்
உன்னைப் பார்த்த பிறகு
இப்பொழுது
எல்லா பெண்களையும் பார்க்கிறேன்

உன்னை விட அழகு வாய்ந்தவள்
எவளாவது உண்டா என்பதற்காக!

அதில் எனக்கு
இன்று வரை தோல்வியே!

நேரு உள் அரங்கில்
உலக அழகி போட்டி நடக்கிறது
ஆனால்
அழகை ரசிக்க ஆளில்லையாம்

நான் சென்று பார்த்துவிட்டு வருகிறேன்
கோபப்படாதே!
உன்னை விட எவளாவது
சிறந்தவளாய் இருக்க முடியுமா ?

ஆனால்,
ரசிக்க அழகு இல்லையென்றால்
பொறாமையுடன் சொல்கிறேன்
"நீ மட்டும் சென்று விடாதே!"

அவள் நினைவைப்
பலமுறை சலவை செய்து பார்த்தேன்

நீக்க முடியவில்லை
அவளால் உண்டான கரையை

என்ன செய்வது
பூலைப்பூவாய் வளர்ந்த காதல்
வாழைக்கரையாய் ஒட்டிக்கொண்டதே!

உன்
பேச்செல்லாம்
எப்பொழுதும் தித்திக்கிறதே

பட்டாம்பூச்சியிடம்
கமிஷன் வாங்கும் "லஞ்ச காரியா" நீ
இல்லை,
காதலையே அளவாய் தரும்
"கஞ்சகாரி" நீ!

நான்
முதன்மைப் பாடமாக
கணக்கை எடுத்தேன்
அதனால்தான் என்னவோ
காதலை கணக்கிட்டு
கஞ்சமாய் தருகிறேன்
ஆனால்
நீயோ இவ்வளவு தாராளமாய்
தருகிறாயே?
உண்மையைச் சொல்
நீ "தமிழ் தானே" எடுத்தாய்....

அழகு வானம்
அழுது எழுதிய
அந்தரங்க வரிகள்

நீர்வீழ்ச்சி

உன்னோடு கதைத்த
ஒவ்வொரு மணித்துளியையும்
நினைத்துப் பார்க்கையில் தான்
தெரிகிறது
"காலம் பொன் போன்றது" என்ற
பழமொழி உண்மையென்று!

விடையான சொல்லில்
நீ சொல்லாமல் செய்யும்
"மர்மம்"

வினாவான என்
கேள்விக்கு நீ செய்யும்
"அதர்மம்"

காதலர்கள்
காதல் வரலாறுகளை
படிக்கும் போது
இப்படியும் இருந்திருக்கிறார்களா?
என்று யோசித்தனர்
ஆனால்
நம் வரலாற்றைப்
படிக்கையில்
"இப்படியும் இருந்திருக்கலாமே"
என்று பேசிக்கொள்கின்றனர்

காதலர்கள் காதில் கடித்தபோது
என் காதில் கசிந்தன...

அவள்
சிரிக்கும்போதும்
ரசிக்கும்போதும்
காதல்
சுகமாகிறது
என்னை அவள்
வெறுக்கும் போதும்
மறுக்கும் போதும்
காதல் சுமையாகிறது...

அழகில் ஒருத்தியாய்
நீ இருக்கிறாய்
என்பதை விட

அழகே ஒருத்தியாய்
நீ இருக்கிறாய்
என்று கூறுவதே
உசிதமானது

ரெண்டுங்கெட்டான்
மனதில் நீ மட்டும்
ஒருத்தியே!

தனிமை

நீ
என்னோடு இருந்த பொழுது
அநாவசியமாக இருந்தது...
என்னை
பிரிந்தபொழுது
அத்தியாவசியமாக இருக்கிறது...

நீ உன்
கைகளால் முடியை
வகுடு எடுக்கிறாய்

நான் என்
கைகளால்
வரியை வகுடு எடுக்கிறேன்

இரண்டும் கவிதை தானே!

மரணம் அழகானது
என்பதை நான் உணர்ந்திருக்கிறேன்
உன் அழகால்
நீ என்னை கொன்ற பொழுது...

சில நாட்களாய்
உன் அழகு புகாத
என் கண்களில்
படர்ந்து விட்டன

ஒட்டடை

ஆயிரம் கவிதைகளை
உன் வெட்கம்
எனக்கு கற்றுத் தருகிறது

ஒரு கவிஞனாக
என்
மானசீக குரு
நீ தான்!

மருதாணி இதழால்
மாங்கனி வார்த்தையாக
“ஒப்புதல்” அளித்த நீ

வேப்பங்காய் வார்த்தையாக
“விவாகரத்து”
செய்து விட்டாயே
“என் காதலை”

குடல் கறி உண்ணும் வேளையில்
கவிதை தோன்றியது
என்
பிராமணக் காதலியைப் பற்றி!

கொரோனாவின் மீது
கொந்தளித்தவர்களில்
முதன்மையானவன் நான்தான்
ஆம்
இடைவெளியை அதிகரித்துவிட்டு
இதழ் வேலையை குறைத்து விட்டதே!

தொடக்கம் முதல் இறுதி வரை
நிலைப்பதும் காதலே!
தொடக்கமும் இறுதியும்
இல்லாததும் காதலே!

என்னுடைய ஒவ்வொரு
வரிகளுக்கும் நீ
“வரி” செலுத்த வேண்டும்

இந்த கவிதைகள்
விற்பனையாவது
உனக்குத்தானே!

“உன்னைப்பற்றி பெருமையாக
சொல்லவா” அவளிடம்
உன்னை ஏற்றுக்கொள்வதற்கு
என்றான் என் தோழன்

மறுமொழி கூறினேன்
பிரியத்துடன்

‘புரிய வைத்து ‘வருவதே
காதல்
பிறர் “பரிந்துரைத்து” வருவதல்ல...

புருவம்

கலியுகத்தின் காண்டீபம்
ஆனால் ஒன்று
இது அர்ஜுனனுக்கு
சொந்தமல்ல
இந்த அடியேனுக்கே சொந்தம்

சடைப்பின்னியிருக்கும் போது
சிக்கித் தவிப்பவன்
நீ
ரப்பர் கழட்டிய பிறகு
கூந்தலில் அசைந்தாடுகிறானே
அந்தப்
பாவிக் காற்றுப் பய...

பாதையில் நடந்து செல்கையில்
தடுக்கி விழப்போன
சகோதரியை தாங்கி பிடிக்கப் போனேன்
எங்கோ
அருகில் உள்ளம் கருகும்
வாசனை...

என்று என்னை முதன்முதலாக
பார்த்தீர்கள்? என்றாள் அவள்

அன்றொரு நாள்
ஊர் கூடி தேர் இழுக்கும்
சமயத்தில்
ஆம்,
ஊரே தேரழகை கண்டது
ஆனால் நான் மட்டும்
உன் பேரழகை கண்டேன்

அன்றுதான் மனதை உன்னிடம்
பறிகொடுத்தேன்
அரகரோ கோஷங்களின் மத்தியில்...

குற்றால அருவியும்
கொடைக்கானல் குளிரும்
நீ சொன்ன
காதல் வார்த்தையில்
நிஜமாகி போகுதடி...

இரவின் மொழிகளைத்
திருடி ஏன்,
என் காதல் மொழிகளோடு
கலவரம் செய்கிறாய்...

அழகு கவிதைகளை
அடகு வைக்கிறேன்
அவளுக்காக

இதில் ஒற்றுமை
யாதெனில்

விற்பதும் அவளுக்கே
வார்ப்பதும் அவளுக்கே!

நீ பிடித்த
கரண்டியை
அடகு வைக்க போனேன்

பஜன்லால் சேட்டு
உதைக்க வருகிறான்

ஹம்ம்ம்...
உன் மதிப்பை ஊரார்
அறிவாரா என்ன?

ஆம்
காதலுக்கு கண்ணில்லை தான்
இருந்திருந்தால்
அவள் ஒரு குருடனை
காதலித்திருப்பாளா?

கண்ணை பார்க்காமல்
அவன் மனதை பார்த்து
காதல் செய்தாளே

ஆம்
அவள் காதலுக்கு
கண் இல்லை
அதை சொல்வதற்கு
அவளுக்கு கஷ்டமும் இல்லை

நீ படித்து முடித்த
புத்தகமாய் நான்
இருப்பதை விட
உனக்கு கிடைக்கவே கிடைக்காத
படிக்கத் துடிக்கும்
புத்தகமாய் இருக்க ஆசை
சுவாரஸ்யத்தை உனக்கு
காண்பிக்க...

வேண்டாம் என்று
நீ மறுத்தவர்கள்
உன் மனதை
பாறையோடு
உவமக்கிறார்கள்

காண்போருக்கும் அது
உண்மையாகவே தோன்றுகிறது
ஆனால்,
எத்தனை பேருக்கு தெரியும்
அந்தப் பாறையும்
ஒர்நாள் சிற்பமாகும் என்று...

மங்கிப் போகும் கண்களின்
மத்தியில்
உன் மாங்கனி நினைவுகள்
மறவாது ஊஞ்சலாடும்
என்
மரணப்படுக்கையிலும் கூட...

காதலுக்கு மறுப்பு சொல்லி

என் கவிதைக்கு
உன்மேல் வெறுப்பு வர
வைத்து விடாதே!

வறக்காட்டு இதழ்
கேட்ட கேள்விக்கு
பூக்காட்டு இதழ் தரும்
பதில் சேதி என்னவோ?

தியேட்டரில்
தலைவர் படத்தின் போது
விசிலடிக்க முடியாத
அவஸ்தை
என் தலைவியின்
பொய்க்கோப ஊடலின் போது
உணர்ந்தேன் பன்மடங்காக...

கனவில் கரையும் கவிதைகளுக்கு
கை கொடுக்கிறது
“பேனா மை”

உயிரில் உரையும் உணர்வுகளுக்கு
உரம் சேர்க்கிறது உன்
“கண் மை”

பணத்தின் சிக்கனத்தை
மறக்கடித்தவளும் நீதான்
காதலின் சேமிப்பைக்
கற்றுக் கொடுத்தவளும் நீதான்

இது
வஞ்சப்புகழ்ச்சி அணி அல்ல
நெஞ்சப்புகழ்ச்சி அணி...

நரைமுற்றி
கரையேறிய காதல் தம்பதிகள்
கரையோரம் சாகத்துணியும்
ஒரு தலைக்காதலனுக்கு கூறியது

" சாதலை இன்றுடன் விட்டுவிடு
காதலை அவளிடம் கொட்டி விடு"

ஊரின் அழகை
தேரிடம் கண்டேன்
உலகின் அழகை
ஓரிடம் கண்டேன்
அதை
உன்னிடத்தில் கண்டேன்
என்பதை விட
“உன்னிடத்தில் மட்டுமே கண்டேன்”
என்பதே சத்தியம்

வான் அளித்த கொடையே
உமக்கு நன்றி
நான் கிளம்புகிறேன் என்று
அவள் சொல்லிவிட்டு செல்கையில்
நீ வந்து எங்கள் உரையாடலுக்கு
கொஞ்ச நேரம்
சொந்தம் ஆகிவிட்டாய்

சாமிக்கு வேண்டி
உண்டியலில் போடும்
காசைப் போல
ஒவ்வொரு சொல்லாய்
சேர்த்து வைத்திருக்கிறேன்

உன்னை தரிசிக்கையில்

காதல் மொழி வாயிலாக
அர்ச்சனை செய்ய..!

அறியாத வார்த்தைக்கும்
அழகான வாழ்க்கைக்கும்
அர்த்தம் தந்தவள்
"அவள்"

அசதியாய் தூங்கும் வேளையில்
கூட அயராது திரிகிறேன்
கனவினில்
உன் பின்னாலேயே...

நீ பிரிந்து
சென்ற பிறகு
உனக்காக எழுதிய கவிதைகளை
திருப்பி பார்த்தேன்

வரிகள் எல்லாம்
அழிந்து போயிருந்தது

எனக்கு முன்னாலேயே
என் வரிகள்
முந்திக் கொண்டன

வ.உ.சி பூங்காவில்
வயலின் இசை மத்தியில்
தொடங்கி

பஞ்சபூதம் சாட்சியோடு
பந்தங்களின் ஆசியோடு
கல்யாணத்தில் தொடர்ந்து

பெற்றோர்கள் ஆகியும்
மற்றவர்கள் கண் பட
தொடர்கிறது
நம் காதல் இன்றும் ...

பல் உதிர்ந்து
பொக்கை வாய்
உளரல்கள் ஊமையாகி போனாலும்
அவளுடைய பாதி நினைவுகள்
என் மீதி வாழ்க்கைக்கு
சரிகட்டும்

கள்ளிச்செடியில்
கசிந்த பாலுக்கும்
கண்ணீரால்
நனைந்த என் தாளுக்கும்
ஒரே காரணம்
ஒரு காரணம்
அவள் ஒருத்தியே காரணம்..

நாரில் கோர்த்த மாலைகள்
தெருவோரம் கிடப்பது போல்,
உன்
காதில் நான் சேர்த்த வார்த்தைகள்
இன்னும்
கம்மல் ஓரமாகவே கிடக்கிறது
அதை காதலின் ஓரமாய்
வைத்துக் கொள்

புரிந்து கொண்ட
காதல் மட்டும்
உண்மையான காதல் அல்ல
பிரிந்து போன
காதலும் உண்மையானது தான்

புரிந்த காதல்
ஆழமாய் நிலைக்கும்
பிரிந்த காதல்
ஆன்மாவில் நிலைக்கும்...

காதலில் தோல்வியடைந்தவர்களுக்கு
மரணம் ஒரு வரமாம்
வாழ்வு சாபமாம்
அவளின் நினைவுகளோடு
ஆயுள் முழுதும் வாழும்
வாழ்க்கை வரமா? சாபமா?

தேவதாஸ்
தாடியை வளர்த்துக் கொண்டான்
அது காதலுக்கு வெறுமை
பார்வதியின் நினைவை
வளர்த்துக் கொண்டான்
அது காதலர்களுக்கே பெருமை!

உன்னைப்பற்றி கவிதை எழுத
காதல் மன்றத்தில்
வழக்கு தொடுத்துள்ளேன்
அதில் ஆச்சரியம் பாரேன்
எதிர் வழக்காட எவருமில்லை

இருப்பினும்
"ம(க)னம்" கோட்டார் அவர்கள்
வழக்கை தள்ளுபடி
செய்து கொண்டே இருக்கிறார்
அவர் தள்ளுபடி செய்வது
வழக்கை மட்டும் அல்ல
என் வாழ்க்கையையும் தான்...

உள்ளத்தில் ஒரு கவிதை
உருவெடுத்து வந்தது
தேன் தமிழில் ஒரு கவிதை
தேரேறி வந்தது
சொல்ல முடியாத ஒரு கவிதை
சொற்களிலே வந்தது

சிரமேற்கும் கவிதைகளை
வரவேற்கும் என் பேனாவிற்கு
தெரியும்
அந்த வரியின் நிலை

அரைமனசு கவிதை எழுத
அரை மணி நேரந்தான் ஆச்சு
என்ன செய்வது

காதல்
காலத்தை களவாடும்
சாதியில் ஒன்றாச்சே!

மொழியைப் புரிந்து கொள்ள
உணர்வுகள் தேவை
வலியைப் புரிந்து கொள்ள
நல்ல
உறவுகள் தேவை

கைத்தொடும் தூரத்தில்
உறவு இருந்தாலும்
வேண்டாம் என
உதறித்தள்ளுகிறேன்

உறவாகவும் உயிராகவும்
நீ இருக்க
வேறென்ன வேண்டும் எனக்கு!

வர்ணங்கள் பூசி
ஓவியத்தில் உன்னை
வரைவதை விட

வார்த்தைகள் தடவி
வாக்கியத்தில் உன்னை
வர்ணிப்பதென்பது
என் சிந்தனைக்கே
சந்தனம் தடவுவது
போலாகும்...

இதயத்தின்
அரைஞான் கயிறு
இறுகுகிறது
அவளை நினைத்து
இதயத்தில்
தொந்தி வளர்ந்ததால்...

உடலைப் பார்த்து வருவதுதான்
காதல் என்றால்
என்றோ காதல்
கற்பழிக்கப்பட்டிருக்கும்
ஆனால்
மனதை பார்த்து வருவதால் தான்
காதல் இன்றும்
காப்பாற்றப்பட்டு வருகிறது...

சிலுவை
தராமலேயே
சித்ரவதைகள் தந்தன
இந்த தற்காலத்தின்
தற்காலிகமான காதல்...

என்
வார்த்தைகளை
ஊமையாக்குகின்றன
உன்
மௌன வெட்கங்கள்

காதலை
பதியம் போட்டு பதியம் போட்டு
வளர்ந்த தோட்டம்
இது(கவிதைகள்)
இதற்கு
கொஞ்சம் கண்"நீர்"
நிறைய நிசப்தம்
இருந்தால் போதும்...

சீக்கிரம்
ஒரு கவிதை
எழுதிக் கொடுங்கள் என்கிறாய்

என் சிந்தனையே
சித்தரித்தது உன்னை

வேறு என்ன எழுத?
“ உன் பெயர் தான்”